Beauty and the Beast

Người Đẹp và Quái Vật

NHÀ XUẤT BẢN VĂN HỌC
Số 18 Nguyễn Trường Tộ, Q. Ba Đình, TP. Hà Nội
Tel: (024) 37161518 - (024) 37163409 - Fax: (024) 38294781
Website: www.nxbvanhoc.com; www.nxbvanhoc.vn
E-mail: tonghopvanhoc@vnn.vn
* Chi nhánh tại TP. Hồ Chí Minh
Số 290/20 Nam Kỳ Khởi Nghĩa, Quận 3, TP. Hồ Chí Minh
Điện thoại: (028) 38469858 - Fax: (028) 38483481
* Văn phòng đại diện tại Đà Nẵng
Số 344 Trưng Nữ Vương, TP. Đà Nẵng
Điện thoại - Fax: (0236) 3888333

Chịu trách nhiệm xuất bản : TS.Nguyễn Anh Vũ
Biên tập : Nguyễn Thị Hồng Hạnh
Biên tập Phúc Minh Books: Thùy Dương
Vẽ bìa : Điền Dũng
Sửa bản in : Phùng Ngọc Hương
Trình bày : Nguyễn Hồng
Theo dõi in : Quang Dũng

Liên kết xuất bản:
CÔNG TY CP ĐẦU TƯ TM & PHÁT TRIỂN PHÚC MINH
Miền Bắc: Số A10, Lô 4, ĐTM Định Công, Q. Hoàng Mai, TP. Hà Nội
Tel/Fax: (024) 3640 8818 - Hotline: 0985 570 398 - 0962 574 848
Miền Nam: Số 183 Nguyễn Hữu Dật, P. Tây Thạnh, Q. Tân Phú, TP. Hồ Chí Minh
Tel/Fax: (028) 6296 3839 - Hotline: 0985 570 398 - 0962 574 848
Email: phucminhbooks@gmail.com - Website: http://phucminhbooks.com
Fanpage: phucminhbooks - phucminhkids - Tuần Của Bé

In 2500 cuốn, khổ 24 x 21 cm tại Công ty Cổ phần In Công Đoàn Việt Nam.
Địa chỉ: Lô B2. KCN Nam Thăng Long, Q. Bắc Từ Liêm, TP. Hà Nội.
ĐKXB số: 4093-2017/CXBIPH/04-261/VH
QĐXB số: 1764/QĐ-VH cấp ngày 17/11/2017
Mã ISBN: 978-604-957-784-0
In xong và nộp lưu chiểu quý IV năm 2017

Beauty and the Beast

Người Đẹp và Quái Vật

Lời: Yên Bình - Điển Dũng
Minh họa: Điển Dũng

Xưa có một cô gái xinh đẹp sống cùng cha. Mọi người gọi cô là Người Đẹp.

Once there was a pretty girl who lived with her father. People called her the Beauty.

Một hôm, cha cô bị lạc trong bão tuyết và tình cờ thấy một tòa lâu đài bí ẩn tận rừng sâu.

One day, her father got lost in a snowstorm and accidentally found a mystery castle in the woods.

Thấy có vườn hoa hồng nở rực rỡ, tỏa hương thơm ngát, ông liền ngắt một bông hồng đỏ định đem về tặng con gái.

The garden was full of blooming roses, filled with the color and rosy scent. He took a red rose, wanting to bring it back to his daughter.

Bất ngờ, một con quái vật lao tới, gầm lên: "Ai cho ngươi hái trộm hoa của ta?" Người cha hoảng sợ đáp: "Hoa đẹp quá nên... tôi... tôi chỉ muốn ngắt một bông về tặng con gái."

Suddenly, a beast rushed to him. "How dare you steal my rose?" He roared. The terrified father replied: "The flowers are so gorgeous... I... I just want to take one to gift my daughter."

"Đưa con gái ngươi đến đây, không ngươi sẽ phải chết!" Quái Vật nói.
Người cha lắp bắp: "Dạ... v...â...ng."

"Bring her to me or die!" The Beast said. "Y...e...ss." The man mumbled.

Quái Vật đặt ông lên lưng ngựa. Như một cơn gió, con ngựa lao đi và đưa ông về nhà.

Then the Beast put him on a horse.
And like the wind, the horse ran
and quickly took him home.

Nghe cha kể lại mọi chuyện, Người Đẹp nói: "Cha đừng lo, cứ để con đi, nó không nỡ ăn thịt con đâu!"

After hearing everything the father told, the Beauty replied: "Father, don't worry, just let me go, he won't eat me."

Người cha đành gạt nước mắt thuận theo ý con gái. Dù đã chuẩn bị tinh thần, Người Đẹp vẫn sợ hãi trước vẻ bề ngoài của Quái Vật.

The man agreed with his daughter in tear. Despite all the preparing she had made, the Beauty was still terrified by the horrifying look of the Beast.

Nhưng sau đó, lòng tốt và sự chăm sóc ân cần của Quái Vật đã dần khiến Người Đẹp quên đi nỗi sợ. Cô và Quái Vật trở thành đôi bạn.

Later, the Beast's kindness and caring slowly made her forget her fear. They became friends.

Một hôm, Người Đẹp muốn về thăm nhà. Quái Vật đưa cho cô một bông hồng và bảo: "Nếu nàng không trở lại trước khi những cánh hoa này tàn, ta sẽ phải giã từ cõi đời này!"

One day, the Beauty wanted to visit her home. The Beast showed her a rose and said: "If you fail to return before all the petals fall, my life will be taken from me."

Người Đẹp về nhà mải vui, suýt quên lời dặn. Khi cô trở lại thì Quái Vật đang ốm nặng. Cô ôm Quái Vật vào lòng. Những giọt nước mắt của cô khiến Quái Vật tỉnh lại và biến thành một Hoàng tử tuấn tú.

Returning home, she was too happy and almost forgot his words. When she came back, the Beast was seriously ill. She hugged him. Her tears awoke the fainted Beast and turned him back to a handsome Prince.

Thì ra Hoàng tử bị một mụ Phù thủy biến thành Quái Vật. Nhờ tình yêu thương của Người Đẹp mà lời nguyền bị xóa bỏ. Chàng được trở lại thành người. Từ đó, họ sống hạnh phúc bên nhau trọn đời.

The Prince was turned into the Beast by an old Witch, but his curse was lifted thanking to the love of the Beauty. He was turned back to be human, and they lived happily together forever.

THỬ TÀI CỦA BÉ

Bé hãy kể lại câu chuyện dựa theo thứ tự các tranh dưới đây:

2

3

4

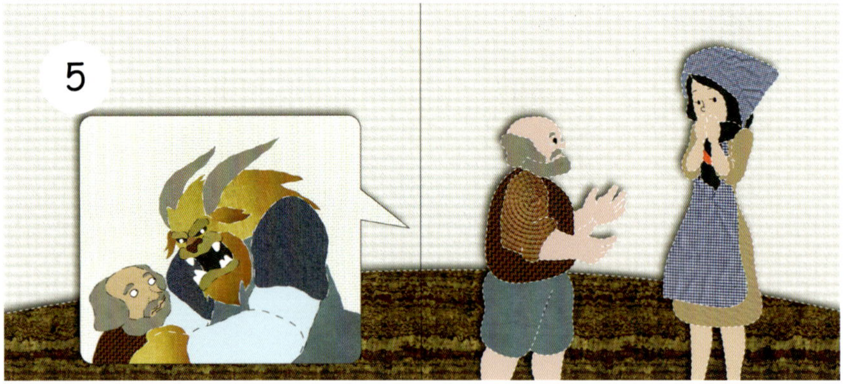
5

6

7

8

9

10